चला जाणून घेऊ या!

मंत्रसामर्थ्य

मूळ इंग्रजी लेखक
विजय कुमार

अनुवाद
गायत्री सेवक

मेहता पब्लिशिंग हाऊस

All You Wanted To Know About

THE POWER OF MANTRAS

Originally Published by Sterling Publishers Pvt. Ltd., New Delhi.
Translated into Marathi Language by Gayatri Sevak

चला जाणून घेऊ या! मंत्रसामर्थ्य

अनुवाद : गायत्री सेवक, बी-१, शरावती अपार्टमेंट,
३४ चिंतामणीनगर, पर्वती, सहकारनगर नं.२, पुणे ९.

प्रकाशक : सुनील अनिल मेहता, मेहता पब्लिशिंग हाऊस, १९४१,
सदाशिव पेठ, माडीवाले कॉलनी, पुणे – ४११०३०.

मुद्रक : मुद्रा, ३८३, नारायण पेठ, पुणे – ४११०३०.

मुखपृष्ठ : मेहता पब्लिशिंग हाऊस

प्रकाशनकाल : डिसेंबर, २००७ / एप्रिल, २०११ /
फेब्रुवारी, २०१३ / पुनर्मुद्रण : मे, २०१७

किंमत : ₹ ६०

P Book ISBN 9788177668391

प्रस्तावना

मंत्र म्हणजे वैदिक परंपरेतील नादाक्षरे. हजारो वर्षांपासून या मंत्रांनी माणसाला सर्व नकारात्मक गोष्टींमधून बाहेर काढून त्याच्या आध्यात्मिक उन्नतीसाठी आणि तन-मनाला अंतर्बाह्य प्रसन्नता देण्यासाठी फार महत्त्वाची भूमिका बजावली आहे.

मंत्र म्हणजे ऊर्जा देणारे आणि शुभ विचारांच्या लहरी निर्माण करणारे ध्वनी होत. जीवनस्रोत जो प्राण, त्याला मंत्र अग्नीच्या ज्वालांप्रमाणे ऊर्जा मिळवून देतात आणि माणसाला अखेर मन:शांती प्राप्त करून देतात.

या पुस्तकात उपनिषदे, भगवद्गीता, रामायण, पुराणे, वेद आणि अन्य विशेष धर्मग्रंथांमधून घेतलेले काही निवडक मंत्र आहेत. मन:शांती प्राप्त करून देणारे, विविध इच्छांची जाणीवपूर्ती करून देणारे, ग्रहांचे घातक परिणाम नाहीसे करणारे, आरोग्य देणारे आणि उत्कर्ष घडवून आणणारे असे सर्व प्रकारचे मंत्रही या पुस्तकात समाविष्ट केले आहेत. ■

अनुक्रम

मंत्रांचे सार

वेद हे हिंदूंचे सर्वाधिक प्राचीन आणि पवित्र धर्मग्रंथ आहेत. धार्मिक दृष्टीने वेदांना सर्वोच्च आधारभूत मानले आहे.

हिंदूंच्या देवाच्या कल्पनेविषयी पायाभूत शिकवण वेदांनी दिली आहे. वेदांमधे ब्राह्मणे आणि पवित्र मंत्रांचा समावेश आहे. वैदिक स्तोत्रे ही मंत्रसदृशच आहेत. वेदांमधील नंतरचा भाग हा पहिल्या भागावरील भाष्य असला तरी दोन्ही भाग सारख्याच प्रमाणात शक्तिशाली आहेत. काही मंत्र निश्चित पदे आणि अक्षरे असलेले आहेत तर काही मंत्र अनिश्चित पदे आणि अक्षरे असलेले आहेत.

मंत्र तांत्रिक साधनेसाठी वापरले जातात. विविध संदर्भांमधे विविध मंत्रांचे उच्चारण विशिष्ट प्रकारे केल्यामुळे विशिष्ट

प्रकारच्या लहरी निर्माण होतात. मंत्रांचे उच्चारण योग्य प्रकारे आणि त्यांचा अर्थ व महत्त्व समजून घेऊन करणे आवश्यक आहे.

मंत्रांचे उच्चारण सांगितलेल्या पद्धतीने व नियमाने आणि पूर्ण श्रद्धापूर्वक केल्यास माणसाच्या इच्छा सिद्धीस नेण्याचे सामर्थ्य केवळ मंत्रोच्चारणातच आहे असे प्रतिपादन हिंदू धर्मग्रंथ करतात. पद्धतशीर व आवर्ती मंत्रोच्चारण करताना विचारांची व शब्दांची शुद्धता राखणे, अंतर्यामी खोलवर श्रद्धा रुजलेली असणे आणि मेंदू व शरीरावर कोणत्याही प्रकारचा ताण नसणे या गोष्टी मंत्रांचा विशेष प्रभाव दर्शवतात.

मंत्र हे मनाच्या शुद्धीसाठीचे माध्यम आहे. प्रत्येक मंत्र म्हणजे अनंत ईश्वरी शक्तीचे भांडारच आहे आणि सर्व मंत्र सारख्याच प्रमाणात शक्तिशाली आहेत. म्हणून मंत्र हे स्वत: ईश्वराने आणि पूजनीय ऋषींनी तसेच संतांनी प्रकट केलेले ईश्वरी सिद्धान्तच आहेत, ज्यायोगे त्यांच्या उच्चारणाने मानवाला आत्मसाक्षात्काराप्रत पोचणे शक्य व्हावे. जेव्हा मंत्राच्या अर्थावर ध्यान देऊन त्याचे पुन:पुन्हा उच्चारण

होते तेव्हा सहजच अंतर्शुद्धी होत जाते. आपण ज्या सकारात्मक आणि नकारात्मक शक्तींचा संचय केला असेल तसेच आपला कर्मसंचय जसा असेल त्याप्रमाणे मंत्र आपला प्रभाव प्रकट करतात. आवर्ती मंत्रोच्चारणामुळे शरीरातील चक्रांना जागृत करणाऱ्या शुभ लहरी निर्माण होतात; त्याप्रमाणेच शरीरात उपकारक ऊर्जेचा प्रवाहही वाहू लागतो. एक मंत्र किंवा अनेक मंत्रांचे एकत्रीकरण शरीराच्या रोगनिवारणासाठी उपयुक्त ठरू शकते.

मंत्रांमधे मानवाच्या तेजोवलयामधे बदल घडवून आणण्याची अथवा ते विस्तारित करण्याची क्षमता आहे. मंत्रोच्चारणाने रोगनिवारणाला मोठ्या प्रमाणात साहाय्य होते, यावर विविध उपचारपद्धती विश्वास ठेवतात.

■

ॐकाराचे सामर्थ्य

हे परमेश्वरा, मला अंधारातून प्रकाशाकडे ने. अज्ञानातून ज्ञानाकडे ने. मृत्यूतून अमृतत्वाकडे ने. तिथे शांती असो, शांती असो, पूर्ण शांती असो.

आपण शब्दांचा उपयोग करतो त्या वेळी ज्या ध्वनींमुळे शक्ती निर्माण होते अशा ध्वनींवर मोठ्या प्रमाणात अवलंबून असतो. असा सध्या रोगनिवारणासाठी वापरला जाणारा एक शब्द म्हणजे ॐ.

वेदांच्या सुरुवातीला आणि अखेरीस दोन्ही वेळा ॐ म्हटला जातो. ॐ हे सर्वव्यापी, वैश्विक अशा पवित्र ध्वनीचे, अनंत ईश्वरी सत्यशक्तीचे एक प्रतीक आहे.

तो मूलतः श्राव्य किंवा ध्वनिप्रतीक आहे. पिंड आणि ब्रह्मांड या दोन्ही दृष्टींनी स्थूल, सूक्ष्म, कारण व महाकारण या परमात्म्याच्या चार स्तरांचे तो थोडक्यात

प्रतिनिधित्व करतो.

जेव्हा ॐचे उच्चारण सत्याच्या साक्षात्कारासाठी केले जाते, तेव्हा एक अनुच्चारित गुणगुणणारा ध्वनी रेंगाळत राहतो आणि तो या विश्वाच्या पलीकडील परमात्म्याचे सूचन करतो. म्हणून संपूर्ण अस्तित्वाची खूण सांगणारा ॐ म्हणजे सर्वोच्च ईश्वरी सत्याचेच लक्षण आहे असे मानले जाते. म्हणूनच ॐ हे सर्वाधिक पवित्र असे वैश्विक नाव म्हणून गणले जाते.

ॐ हा वैश्विक नाद असल्याने त्याच्यात सर्व प्रकारच्या ध्वनींचा अंतर्भाव होतो, म्हणून त्यास प्रणव म्हणतात. ॐ लिहिताना ओं किंवा ओम् असाही लिहिला जातो पण त्याचे प्रतीकात्मक स्वरूप ॐ असे आहे.

या संज्ञेतील एक वरचे व एक खालचे या पहिल्या दोन्ही वळणांमधून 'अ' आणि 'उ' ही दोन अक्षरे दर्शवली जातात. स्थूल भूलोक व सूक्ष्म भुवर्लोक यांना दर्शवणारी ही अक्षरे आहेत. या दोन्ही वळणांच्या मध्यातून निघणारे तिसरे वळण 'म' अक्षर दर्शवते. हे अक्षर स्वर्लोक दर्शवणारे आहे. यातूनच पुढे प्रतिध्वनित होणारा प्रणव निर्माण होतो.

या सर्व वळणांच्या वरच्या बाजूस अनुस्वारासह असलेल्या अर्धचंद्रातून, जेव्हा आपल्या अंतर्गाभ्यातून ॐचे उच्चारण होते, तेव्हा निर्माण होणाऱ्या अस्पष्ट अशा गुणगुणणाऱ्या ध्वनीचे रूप दर्शवले जाते. ॐ हा प्रणव म्हणजे वैश्विक नाद असल्यामुळे या विश्वाच्या संकल्पनेच्या मुळाशी आणि जिथून सर्व वस्तुमात्रांची निर्मिती होऊन त्यांना अस्तित्वरूप प्राप्त होते तिथेही 'ॐ'च आहे.

'ॐ'च्या आवर्ती उच्चारणामुळे मानवाची आध्यात्मिक उन्नती होते आणि त्याचे वैश्विक मनाशी तादात्म्य होते.

म्हणून 'ॐ' हा जपासाठी अत्यंत पवित्र असा मंत्र मानला गेला आहे आणि म्हणूनच अन्य सर्व मंत्रांच्या प्रारंभीही त्याचे उच्चारण केले जाते.

■

गायत्री मंत्र

ॐ भूर्भुवः स्वः तत्सवितुर्वरेण्यम्

भर्गो देवस्य धीमहि धियो यो नः प्रचोदयात्।।

ॐ	-	ब्रह्म किंवा सर्वशक्तिमान परमेश्वर
भूः	-	पृथ्वी
भुवः	-	अंतरिक्ष
स्वः	-	सूर्य
तत्	-	ते
सवितुः	-	सूर्याच्या
वरेण्यम्	-	श्रेष्ठ
भर्गो	-	तेजाचे
देवस्य	-	परमेश्वराच्या
धीमहि	-	ध्यान करतो.

धियो - बुद्धीला

यो - तो

नः - आमच्या

प्रचोदयात् - प्रेरणा देवो.

आम्ही त्या पूजनीय देवाच्या तेजाचे ध्यान करतो. तो परमेश्वर आमच्या बुद्धीला प्रचोदना देवो.

गायत्री मंत्राचा जप करणाऱ्याचे संरक्षण त्या मंत्रामुळे होते. 'गायत्री' म्हणजे सातत्याने विविध रूपांत कार्यरत असणारी वैश्विक ऊर्जा. ('गायत्री' या नावाची व्युत्पत्ती 'गायन्तं त्रायते' अशी केली जाते. याचा अर्थ 'हा मंत्र गाणाऱ्यांना तारणारी' असा होतो.)

* गायत्री हे ऋग्वेदातील एका विशेष मंत्राचे नाव आहे.

* गायत्री मंत्र सर्व मंत्रांच्या मातृस्थानी आहे असे प्रतिपादन वेद करतात.

* गायत्री मंत्रामुळे योग्य चातुर्याला प्रेरणा मिळते आणि हा मंत्र विश्वातील सर्व शक्तींचा जनक आहे.

* सर्वशक्तिमान परमेश्वराच्या विविध वैशिष्ट्यपूर्ण

शक्तींमधे गायत्रीची शक्ती सर्वोच्च मानली जाते.

* या विश्वातून एक मंत्र प्रवर्तित होत आहे अशी जरी अनेकांची श्रद्धा असली तरी गायत्री ही विश्वव्यापी बौद्धिक शक्ती आहे हे सर्व जण जाणत नाहीत.

* गायत्री मंत्र हा अत्यंत पवित्र आणि गुणकारी मंत्र आहे.

* गायत्री मंत्राच्या नित्य पठणाने प्राप्त झालेले पुण्य – भय, दुःख आणि आपत्तींचा नाश घडवून आणते. त्यामुळे मनःशुद्धी होऊन समाजात शांती, उत्कर्ष आणि ऐक्य निर्माण होण्यास मदत होते.

* अखेरीस गायत्री मंत्रामुळे मनुष्याची जन्म-मरणाच्या जाळ्यातून मुक्तता होते.

* जात, संप्रदाय आणि धर्म या सर्वांच्या निरपेक्ष कोणीही गायत्री मंत्राचे उच्चारण करू शकतो.

* सर्व विश्वाची निर्मिती वैश्विक जीवनस्रोतातून अथवा वैश्विक ऊर्जेतून झाली आहे असा गायत्री मंत्राचा आशय आहे आणि ऊर्जा व चेतना हे द्वैत नसून एकमेवाद्वितीय अद्वैत आहे असे गायत्रीच्या सांकेतिक रूपातून व्यक्त होते.

* गायत्री मंत्र ही सर्व हिंदूंसाठीची सार्वत्रिक प्रार्थना आहे.

* गायत्री मंत्रामधे ॐ या सर्वव्यापी वैश्विक नादाचा अंतर्भाव होतो म्हणून हा सर्वश्रेष्ठ प्रार्थना मंत्र आहे.

* गायत्री मंत्रातील ॐ हे अस्तित्वाची पूर्णता प्रकट करणारे ईश्वरी सत्य आहे.

* गायत्री मंत्रामुळे सर्व मानवांचा अज्ञाननाश होऊन त्यांना अंतिम सत्याचे दर्शन करण्याचे सामर्थ्य प्राप्त होते.

* ईशोपनिषदानुसार गायत्री मंत्राला सावित्री मंत्र या नावानेही संबोधले जाते कारण जो सविता परमेश्वराचे प्रतीक आहे, अशा सवित्याला - सूर्याला उद्देशून तो म्हटला गेला आहे. कारण सूर्य अंधाराचा नाश करतो अणि मानवाच्या अंतर्यामी असलेले तेज म्हणजे त्याचाच अंश आहे.

* मुंडकोपनिषदात गायत्री मंत्राविषयी म्हटले आहे - ‘उपनिषदाच्या शस्त्राने सर्वशक्तिमान परमेश्वराला वंदन करायचे असेल तर सातत्याने केलेल्या ध्यानाच्या साहाय्याने बाणाच्या अणकुचीदार टोकावर गायत्री मंत्राची प्रतिष्ठापना

करा. आणि गायत्री मंत्राच्या आशयामधे अंतर्लीन झालेल्या मनाने निर्विकार सत्याच्या लक्ष्याचा वेध घ्या.'

* छांदोग्य उपनिषदाने गायत्री मंत्राविषयी प्रतिपादले आहे की - 'वस्तुतः जे म्हणून काही अस्तित्वात आहे ते सर्व गायत्रीचे स्वरूप आहे. वाणी म्हणजे खरोखर गायत्रीच. गायत्रीच्या गायनाने सर्व प्राणिमात्रांचे भय नाहीसे होते, एवढे गायत्रीचे श्रेष्ठत्व आहे.'

■

विशेष मंत्र

विघ्नेश्वर मंत्र

शुक्लाम्बरधरं विष्णुं शशिवर्णं चतुर्भुजम्।
प्रसन्नवदनं ध्यायेत् सर्वविघ्नोपशान्तये।।

ज्याने शुभ्र वस्त्रे धारण केली आहेत, जो सर्वव्यापी आहे, चंद्राप्रमाणे जो शुभ्र कांतिमान आहे, चार हातांनी जो क्रीडा करत आहे आणि नित्य प्रसन्न शांतीचा वर्षाव जो करत आहे, अशा विघ्नेश्वराचे ध्यान मी सर्व अडथळे दूर व्हावेत म्हणून करत आहे.

गणेश वंदना

वक्रतुंड महाकाय सूर्यकोटि समप्रभ।
निर्विघ्नं कुरु मे देव सर्वकार्येषु सर्वदा।।

हे वक्रतुंड महाकाय आणि कोटी सूर्यांच्या समान तेज धारण केलेल्या गणपती देवा, माझ्या सर्व कामांमधील अडथळे तुझ्या कृपेने सदैव दूर व्हावेत.

अभ्यारोह मंत्र

ॐ असतो मा सद्गमय।
तमसो मा ज्योतिर्गमय।
मृत्योर्मा अमृतं गमय।
ॐ शांतिः शांतिः शांतिः।।

हे परमेश्वरा, मला तू असत्‌कडून सत्‌कडे ने. अंधारातून प्रकाशाकडे ने. (अज्ञानातून ज्ञानाकडे ने.) मृत्यूतून अमृतत्वात घेऊन जा.

गुरू मंत्र

गुरुर्ब्रह्मा गुरुर्विष्णुः गुरुर्देवो महेश्वरः।
गुरुः साक्षात् परब्रह्म तस्मै श्री गुरवे नमः।।

गुरू हे सृष्टीचे निर्माते (मानवाच्या अंतरातील सत्प्रवृत्तीचे निर्माते) ब्रह्मदेव, गुरू हेच सृष्टीचे पालनकर्ते (सत्प्रवृत्तीचे पालनकर्ते) विष्णू आणि गुरू हेच सृष्टीचे संहारकर्ते (दुष्प्रवृत्तींचे संहारकर्ते) शिव आहेत. गुरू हेच साक्षात् परब्रह्म आहेत. अशा गुरुंना वंदन असो.

महा मृत्युंजय मंत्र

ॐ त्र्यंबकं यजामहे सुगन्धिं पुष्टिवर्धनम् ।
उर्वारुकमिव बन्धनात् मृत्योर्मुक्षीय माऽमृतात्।।

चांगल्या गंधाने युक्त आणि पुष्टी वाढवणाऱ्या त्या त्र्यंबकाचे आम्ही पूजन करतो. ज्याप्रमाणे पिकलेले वाळुक (काकडी) त्याच्या बंधनातून (देठापासून) सहजपणे अलग होते, त्याप्रमाणे हे देवा, तू आमची मृत्यूपासून सुटका कर आणि अमृतापासून विलग करू नकोस.

ओंकाराय मंत्र

ॐकारं बिंदुसंयुक्तं नित्यं ध्यायन्ति योगिनः।
कामदं मोक्षदं चैव ॐकाराय नमो नमः।।

ॐ हे बिंदूयुक्त पवित्र अक्षर सर्व इच्छा परिपूर्ण करणारे स्थान असून ते मनुष्याला मोक्षाकडे नेते. योगी त्याचे ध्यान करतात. अशा ॐकाराला प्रणाम असो.

श्रीबालाजीचे स्तवन

विना वेंकटेशं न नाथो न नाथः
सदा वेंकटेशं स्मरामि स्मरामि ।
हरे वेंकटेशं प्रसीद प्रसीद
प्रियं वेंकटेशं प्रयच्छ प्रयच्छ।।

मी नित्य वेंकटेश्वराचे (बालाजीचे) ध्यान करतो. त्याच्याशिवाय माझा स्वामी अथवा त्राता नाही. हे देवा, तुझ्या आनंदमय कृपेचा वर्षाव आमच्यावर सदैव होऊ दे आणि आमच्यासाठी जे कल्याणकारी असेल तेच तू आम्हांला दे.

श्रीगणेशाचे स्तवन

एकदन्तं महाकायं लम्बोदरगजाननम् ।
विघ्ननाशकरं देवं हेरम्बं प्रणमाम्यहम्।।

एकदंत, गजमुख, महाकाय, लंबोदर आणि सर्व संकटांचा विनाश करणाऱ्या श्रीगणेशाला मी वंदन करतो.

दुर्गा मंत्र

नमो देव्यै महादेव्यै शिवायै सततं नमः।
नमः प्रकृत्यै भद्रायै नियताः प्रणताः स्म ताम्।।

हे देवी महादेवी शिवा, तुला आमचा निरंतर आणि विनयशील प्रणिपात आहे. निसर्गतःच कल्याणकारिणी असणाऱ्या तुला आम्ही नमस्कार करतो.

श्रीरामाला प्रणाम

रामाय रामभद्राय रामचन्द्राय वेधसे ।
रघुनाथाय नाथाय सीतायाः पतये नमः ।।

मी श्रीरामाला, रामभद्राला, रामचंद्राला नमस्कार करतो. विश्वनिर्मात्याला, सीतेच्या पतीला वंदन असो.

सूर्याचे स्तवन

पूषन्नेकर्षे यम सूर्य प्राजापत्य
व्यूह रश्मीन्समूह तेजः ।
यत्ते रूपं कल्याणतमं तत्ते पश्यामि
योऽसावसौ पुरुषः सोऽहमस्मि ।।

हे पालनकर्त्या, एकला एक असा प्रवास करणाऱ्या सूर्यदेवा, हे विश्वनियंत्या, तू प्रजापतीचा पुत्र (ब्रह्माचे प्रतीक) आहेस. तुझे किरण आवरून घे. तुझा प्रकाशाचा पसारा आवरता घे. म्हणजे मला तुझे खरे स्वरूप पाहता येईल. तुझ्या अंतर्यामी जे तेज स्थित आहे, तिथे जो पुरुष आहे, त्याचाच मी अंश आहे.

कृष्ण

वसुदेवसुतं देवं कंसचाणूरमर्दनम् ।
देवकीपरमानन्दं कृष्णं वन्दे जगद्गुरुम्।।

वसुदेवाचा पुत्र, देवकीचा परम आनंद, कंस-चाणूरादिकांचा नाश करणारा आणि जगद्गुरु अशा श्रीकृष्णदेवाला नमस्कार असो.

महालक्ष्मीचे स्तवन

सर्वज्ञे सर्ववरदे सर्वदुष्टभयंकरि ।
सर्वदुःखहरे देवि महालक्ष्मि नमोऽस्तु ते।।

हे माते, तू सर्वज्ञ आहेस. दुष्टांसाठी तू संहारक आहेस आणि सर्वांच्या संकटांचे निवारण करणारी आहेस. सर्वांसाठी वरदायिनी आहेस. हे देवी महादेवी, तुला नमस्कार असो.

■

अन्य मंत्र

ॐ सह नाववतु सह नौ भुनक्तु सह वीर्यं करवावहै।
तेजस्वि नावधीतमस्तु मा विद्विषावहै।।
ॐ शान्तिः शान्तिः शान्तिः।।

गुरू आणि शिष्य अशा आम्हा उभयतांचे परमेश्वर रक्षण आणि पालन करो. आम्हा उभयतांना तो भोग देवो. आम्ही उभयतांनी पराक्रम करावा. आमचे अध्ययन तेजस्वी असावे. आमच्या-कडून एकमेकांचा द्वेष कधीही न होवो. ॐ शांती असो, शांती असो, शांती असो.

ॐ पूर्णमदः पूर्णमिदं पूर्णात् पूर्णमुदच्यते।
पूर्णस्य पूर्णमादाय पूर्णमेवावशिष्यते।।
ॐ शान्तिः शान्तिः शान्तिः।।

ते (ब्रह्म) पूर्ण आहे आणि हेही (विश्व) पूर्ण आहे. पूर्णातून पूर्ण निर्माण होते आणि पूर्णातून पूर्ण काढले तरी पूर्णच (ब्रह्म) शिल्लक राहते. ॐ शांती असो, शांती असो, शांती असो.

सर्वेषां स्वस्तिर्भवतु
सर्वेषां शान्तिर्भवतु।
सर्वेषां पूर्णं भवतु
सर्वेषां मंगलं भवतु।।

सर्वांचे क्षेम-कल्याण असो. सर्वांना शांती लाभो. सर्व जण पूर्ण होवोत. सर्वांचे मंगल होवो.

सर्वे भवन्तु सुखिनः सर्वे सन्तु निरामयाः।
सर्वे भद्राणि पश्यन्तु मा कश्चिद् दुःखभाग भवेत्।।

सर्व जण सुखी-आनंदी असोत. सर्वांना निरामय आरोग्याचा लाभ होवो. सर्वांना कल्याणाची अनुभूती येवो आणि कोणालाही दुःख भोगायला लागू नये.

ॐ द्यौः शान्तिः अंतरिक्ष शान्तिः
पृथिवि शान्तिः आपः शान्तिः
ओषधयः शान्तिः वनस्पतयः शान्तिः
विश्वेदेवाः शान्तिः ब्रह्मः शान्तिः
सर्वः शान्तिः शान्तिरेव शान्तिः।।

स्वर्गलोकात शांती असो. आकाशात शांती असो. अंतरिक्षात शांती असो. पृथ्वीतलावर शांती असो. पाण्यामध्ये शांती असो. औषधींमध्ये शांती असो. वनस्पतींमध्ये शांती असो. देव-देवता आणि ब्रह्मामध्ये शांती असो. सर्वत्र केवळ शांती असो.

पिताऽसि लोकस्य चराचरस्य
त्वमस्य पूज्यश्च गुरुर्गरीयान्।
न त्वत्समोऽस्त्यभ्यधिकः कुतोन्योः
लोकत्रयेऽप्यप्रतिमप्रभाव।।

या चर आणि अचर विश्वाचा तू पिता आहेस. तूच एकमेव श्रेष्ठ आहेस आणि म्हणूनच पूजनीय आहेस. या विश्वात तुझ्या सम कोणीही नाही. तुझ्या अतुलनीय सामर्थ्यापुढे त्रिभुवनात कोण श्रेष्ठ असणार?

न ते रूपं न चाकारो नायुधानि न चास्पदम्।
तथाऽपि पुरुषाकारो भक्तानां त्वं प्रकाशसे।।

तुला रूप नाही, आकार नाही. तू शस्त्रधारी नाहीस. तुझे असे खास वसतिस्थान नाही. तरीही तुझ्या भक्तांकरिता तू मनुष्यरूपात प्रकट होतोस.

लोकानां त्वं परो धर्मः पुरुषः पुरुषोत्तमः।
शरण्यं शरणं च त्वामाहुर्दिव्या महर्षयः।।

तू लोकांचा परम धर्म आहेस. तू अंतर्यामी व पुरुषोत्तम आहेस. तू शरण जाण्यायोग्य आहेस आणि तूच आधार आहेस असे दिव्य महर्षी तुला संबोधतात.

नमस्ते पुरुषाध्यक्ष नमस्ते भक्तवत्सल।
नमस्तेऽस्तु हृषीकेश नारायण नमोऽस्तुते।।

सर्व मनुष्यमात्रांच्या परमेश्वरा आणि भक्तवत्सला, तुला प्रणाम असो. हे सर्वात्मका आणि सर्व इंद्रियांच्या स्वामी असलेल्या परमात्म्या, तुला वंदन असो.

नमो भगवते तस्मै यत एतच्चिदात्मकम्।
पुरुषायादिबीजाय परेशायाभिधीमहि।।

जो सर्व प्राणिमात्रांना चैतन्य बहाल करतो अशा परमेश्वराला आम्ही वंदन करतो. जो या विश्वाच्या मूलस्थानी आहे आणि परमोच्च आहे त्या परमेश्वराचे आम्ही ध्यान करतो.

सर्वात्मकोऽसि सर्वेश सर्वभूतस्थितो यतः।
कथयामि ततः किं ते सर्वं वेत्सि हृदिस्थितम्।।

सर्वेशा, तू सर्वात्मक आहेस. तू सर्व भूतांच्या ठिकाणी स्थित आहेस त्यामुळे मी तुला काय सांगू? त्यांच्या हृदयात राहून तू सर्व काही जाणतोस.

नमस्तुभ्यं नमो मह्यं तुभ्यं मह्यं नमो नमः।
अहं त्वं त्वमहं सर्वं जगदच्चराचरम्।।

हे सर्वात्मका, तुला नमस्कार असो, मला नमस्कार असो, तुला आणि मला दोघांना नमस्कार असो. कारण तू म्हणजे मी आणि मी म्हणजे तू. चर आणि अचर दोन्ही प्रकारच्या सृष्टीला आपण व्यापून आहोत.

जगद्गुरो नमस्तुभ्यं शिवाय शिवदाय च।
योगीन्द्राणां च योगीन्द्र गुरुणां गुरवे नमः।।

हे जगद्गुरो, तुला वंदन असो. तू मंगलाचा देव आहेस आणि सर्वांचा कल्याणकर्ता आहेस. तू योग्यांचाही योगी आहेस, गुरुंचाही गुरू आहेस. अशा तुला नमस्कार असो.

यं न जानन्ति श्रुतयो यं न जानन्ति सूरयः।
तं नमामि जगद्धेतुं मायिनं तममायिनम्।।

विश्वाच्या निर्मितीचे कारण असलेल्याला मी नमस्कार करतो. ज्याचे स्वरूप श्रुती आणि विद्वान जाणू शकत नाहीत, माया ज्याच्या स्वाधीन आहे आणि तरीही मायेने त्याला स्पर्श केलेला नाही अशा ईश्वरी शक्तीला माझा नमस्कार असो.

या देवी सर्वभूतेषु विष्णुमायेति शब्दिता।
नमस्तस्यै नमस्तस्यै नमस्तस्यै नमो नमः।।

जी विष्णुमाया या नावाने ओळखली जाते अशा सर्व भूतमात्रांच्या ठायी चैतन्यरूपाने वसत असलेल्या ईश्वरी मातेला प्रणाम असो. तिला त्रिवार वंदन असो.

नमो विश्वप्रबोधाय नमो भ्राजिष्णुजिष्णवे।
ज्योतिषे च नमस्तुभ्यं ज्ञानकार्य नमो नमः।।

अवघ्या विश्वाचे प्रबोधन करणाऱ्या तुला नमस्कार असो. तेजस्वी आणि प्रकाशमान देवा, तुला नमस्कार

असो. ज्ञानाचे परिणामस्वरूप असलेल्या तुला नमस्कार असो.

नमस्ते परमं ब्रह्म नमस्ते परमात्मने।
निर्गुणाय नमस्तुभ्यं सद्रूपाय नमो नमः।।

हे परम ब्रह्मा, तुला माझे प्रणाम असोत. हे परमात्म्या, तुला माझे प्रणाम असोत. जो निर्गुण आणि सत्रूप आहे अशा परमेश्वराला माझा पुनःपुन्हा नमस्कार असो.

अखण्ड मण्डलाकारं व्याप्तं येन चराचरम्।
तत् पदं दर्शितं येन तस्मै श्री गुरवे नमः।।

सर्व चराचराला अंतर्बाह्य व्यापून उरलेल्या चैतन्यस्थानाचे दर्शन मला ज्यांच्या कृपेने होते अशा सद्गुरुंना नमस्कार असो.

बीजं नानावताराणां सर्वकारणकारकम्।
वेदावेद्यं वेदबीजं वेदकारणकारकम्।
योगिनो यं प्रपद्यन्ते तं प्रपद्ये सनातनम्।।

जो योग्यांचा आश्रय आहे, जो सर्व अवतारांचे मूळ आहे, जो सर्व कारणांचे कारक आहे, जो वेदकारणांचेही कारक आहे, जो वेदप्रतिपाद्य आहे, अशा देवाचा आश्रय मी घेतो.

शान्तं सर्वगतं सूक्ष्मं परं ब्रह्म सनातनम्।
राजीवलोचनं रामं प्रणमामि जगत्पतिम्।।

हे मनमोहक कमलनेत्र असलेल्या आनंददायी विश्वदेवा, तू अनंत, शांत, सर्वव्यापी आणि सूक्ष्म असे सनातन ब्रह्म आहेस. त्याला मी नमस्कार करतो.

न बाला न च त्वं वयः स्था न वृद्धा
न च स्त्री न षण्ढः पुमान्नैव च त्वम्।
सुरो नासुरो नो नरो वा न नारी
त्वमेका परब्रह्म रूपेण सिद्धा।।

तू कुमारिका नाहीस किंवा प्रौढा नाहीस, तरुण नाहीस किंवा वृद्धही नाहीस, मर्दानी पुरुष नाहीस किंवा नाजूक स्त्री नाहीस, तू तृतीयपंथी नाहीस. तू देव नाहीस, किंवा असुर अथवा मानव नाहीस. तू एकमेव परब्रह्मरूपाने सिद्ध होणारी आहेस.

त्वमेव माता च पिता त्वमेव
त्वमेव बन्धुश्च सखा त्वमेव।
त्वमेव विद्या द्रविणं त्वमेव
त्वमेव सर्वं मम देवदेव।।

तू माझी माता आहेस, तूच पिता आहेस, तू माझा बंधू आहेस आणि तूच सखा आहेस. तू माझे ज्ञान आहेस, तू माझी संपत्ती आहेस, हे देवाधिदेवा, तू माझे सर्वस्व आहेस.

नमस्ते नमस्ते विभो विश्वमूर्ते
नमस्ते नमस्ते चिदानन्दमूर्ते।
नमस्ते नमस्ते तपोयोगगम्य
नमस्ते नमस्ते श्रुतिज्ञानगम्य।।

विश्वाच्या विविध रूपांत प्रकटलेल्या हे सर्वव्यापक परमेश्वरा, तुला प्रणाम असो. चैतन्य आणि आनंदस्वरूप असणाऱ्या तुला प्रणाम असो. तपाने आणि योगाने प्राप्त होणाऱ्या तुला प्रणाम असो. श्रुतींनी प्रकट केलेल्या ज्ञानाद्वारे जो जाणला जातो, अशा तुला प्रणाम असो.

आदिदेव नमस्तुभ्यं प्रसीद मम भास्कर।
दिवाकर नमस्तुभ्यं प्रभाकर नमोऽस्तु ते।।

हे आदिदेवा, तुला नमस्कार असो. हे तेजस्वी भास्करा, तू मला प्रसन्न हो. हे दिवाकरा, तुला नमस्कार असो. हे प्रभाकरा, तुला नमस्कार असो.

ॐ निर्विकल्पे नमस्तुभ्यं प्रज्ञापारमितेऽमिते।
या त्वं सर्वानवद्यांगि निरवद्यैर्निरीक्ष्यसे।।

हे निर्विकल्प – स्वरूप सर्वज्ञ व शाश्वत आणि प्रज्ञेची परिपूर्ण स्थिती असलेल्या व जी अमाप आहे अशा तुला देवी, नमस्कार असो. तू पूर्ण दोषरहित आहेस, त्यामुळे जे सर्व कलंकांपासून दूर आहेत अशांना तुझे दर्शन होते.

विश्वतः परमं नित्यं विश्वं नारायणं हरिम्।
विश्वमेवेदं पुरुषस्तद्विश्वमुपजीवति।।

विश्वाच्या पलीकडील, नित्य आणि हे विश्वही असलेल्या नारायण हरीचे मी ध्यान करतो. हे सर्व विश्व म्हणजे त्याचेच रूप आहे. सर्व विश्वाचे अस्तित्व त्याच्यावरच अवलंबून असते.

विहाय कामान् यः सर्वान् पुमांश्चरति नि स्पृहः।
निर्ममो निरहंकारः स शान्तिमधिगच्छति।।

जो पुरुष खऱ्या अर्थाने सर्व कामनांना टाकून, निःस्पृह आणि अलिप्त झालेला असतो तसेच 'मी-माझे' यांच्या पलीकडे जाऊन जो निर्मम, निरहंकार झालेला असतो, त्यालाच शांतीची प्राप्ती होते.

उप त्वाग्ने दिवे दिवे
दोषावस्तर्धिया वयम्।
नमो भरन्त एमसि।।

तम हारून टाकणाऱ्या हे अग्ने, तुला आम्ही दररोज आमच्या कवनांच्या साहाय्याने प्रणाम करीत तुझ्याजवळ येतो.

स नः पितेव सूनवेऽग्ने सूपायनो भव।
सचस्वा नः स्वस्तये।।

हे अग्ने, पुत्र जसा सहजपणे पित्याच्या जवळ जातो, त्याप्रमाणे तू आमच्यासाठी सहज जवळ जाण्याजोगा हो

आणि आमच्या कल्याणासाठी आमच्या निकट राहा.

नमो भवस्य हेत्यै जगतां पतये नमः।

भवाचा नाश करणाऱ्या हे जगत्पते, तुला नमस्कार असो.

नमः शम्भवाय च मयोभवाय च।
नमः शंकराय च मयस्कराय च।
नमः शिवाय च शिवतराय च।

कल्याणरूप, मंगलमय, कल्याण करणाऱ्या, मंगल प्रदान करणाऱ्या शिवाला, अधिक प्रमाणात शिव असलेल्या अशा देवास नमस्कार असो.

नमः शान्तात्मने तुभ्यं नमो गुह्यतमाय च।
अचिन्त्यायाप्रमेयाय अनादिनिधनाय च।।

हे आनंदरूप आत्मन् , तुला मी प्रणाम करतो. हे गुह्यतमा, तुला मी प्रणाम करतो. तू सर्व विचारांच्या पलीकडे आहेस. तू अनादी आणि अनंत आहेस. तुला मी प्रणाम करतो.

नमो नमस्तेऽखिलकारणाया निष्कारणायद्भुतकारणाय।
सर्वागमाम्नाय महार्णवाय नमोऽपवर्गाय परायणाय।।

विश्वाचे कारण असलेल्या हे परमेशा, तुला प्रणाम असो. तू सर्व विश्वाच्या निर्मितीचे आश्चर्यकारक असे मूलस्थान आहेस. सर्व धर्मग्रंथांचा महासागर आणि सर्व प्राणिमात्रांचा तारणहार व मोक्षदाता असलेल्या तुला नमस्कार असो.

सर्वात्मकोऽसि सर्वेश सर्वभूतस्थितो यतः।
कथयामि ततः किं ते सर्वं वेत्सि हृदिस्थितम्।।

हे सर्वेशा, तू सर्वभूतस्थित असल्यामुळे सर्वांच्या अंतर्यामी सदैव वास करून आहेस. माझ्या अंतरातील सर्वच विचार तू जाणतोस, त्यामुळे मी तुला काय सांगावे?

यस्मिन् सर्वे यतः सर्वे यः सर्वे सर्वतश्च यः।
यश्च सर्वमयो देवस्तस्मै सर्वात्मने नमः।।

ज्याच्यात सर्व राहतात, ज्याच्यातून सर्व निर्माण होतात, जो सर्व आहे, जो सगळीकडून आहे, जो सर्वात्मा देव

आहे, त्या परमात्म्याला प्रणाम असो.

देव मे यत्रकुत्रापि स्थिताया अपि सर्वदा।
त्वत्पादकमले सक्ता भक्तिरेव सदाऽस्तु मे।।

हे देवा, मी कुठेही बसले असले तरी तुझ्या चरणांशी माझी सदैव आसक्त भक्ती असू दे.

नम आत्मप्रदीपाय साक्षिणे परमात्मने।
नमो गिरां विदूराय मनसश्चेतसामपि।।

जो स्वयं आत्मप्रकाश आहे, साक्षी आहे आणि परम चैतन्यपूर्ण आहे अशा देवाला नमस्कार असो. जो वाणी, मन आणि चित्त यांच्या पलीकडे आहे अशा परमेश्वराला नमस्कार असो.

सर्वस्मिन् सर्वभूतस्त्वं सर्वः सर्वस्वरूपधृक्।
सर्वं त्वत्तस्ततश्च त्वं नमः सर्वात्मनेऽस्तु ते।।

हे देवा, तू सर्वांच्या ठायी आहेस, तूच सर्व होऊन राहिला आहेस, तू सर्व रूपे धारण केली आहेस, तू सर्वांचे

मूलस्थान आहेस, तू आम्हां सर्वांमधून प्रकट झाला आहेस. अशा सर्वात्मका, तुला प्रणाम असो.

नमस्तस्मै नमस्तस्मै नमस्तस्मै महात्मने।
नामरूपं न यस्यैकं योऽस्तित्वेनोपलभ्यते।।

ज्याला कोणतेही एक नाव देता येत नाही, जो अस्तित्वाने जाणला जातो आणि जो एकाच चैतन्यरूपात सर्वव्यापी होऊन राहिला आहे अशा परमेश्वराला पुनःपुन्हा नमस्कार असो.

त्वं परं परमं तेजो मंगलानां च मंगलम्।
अप्रमेय गुणश्चैव मन्त्राणां मन्त्रगो भवान्।।

तू विश्वाची परम सत्ता आहेस. तू परम प्रकाश आहेस. तू परम मंगल आहेस. ज्याच्या गुणांची मोजदाद करता येत नाही असा तू सर्वांमधे अंतर्भूत आहेस आणि मंत्रांचा अर्थ तू आहेस.

नमो देवाधिदेवाय देवदेवाय ते नमः।
दिव्यादिव्यस्वरूपाय दिव्यरूपाय ते नमः।।

हे देवा, तू देवांचाही देव – देवाधिदेव आहेस. तुला नमस्कार असो. तुझ्या दिव्य आणि अदिव्य स्वरूपाला नमस्कार असो.

एकं ब्रह्मैवाद्वितीयं समस्तं सत्यं सत्यं
नेतरश्चास्ति किंचित्।।
एको रुद्रो न द्वितीयोऽवतस्थे तस्मादेकं त्वां
प्रपद्ये महेशम्।।

हे देवा, तू एकमेव अद्वितीय असे अंतिम स्थान आहेस. तूच सर्व काही आहेस. तूच सत्य आहेस. हे रुद्रा, खरोखर तुझ्याशिवाय दुसरे काहीही सत्य नाही. तुझ्याशिवाय अन्य कशालाही शाश्वत अस्तित्व नाही. म्हणून हे देवाधिदेवा, मी तुला शरण येतो.

वयं किं स्तवनं कुर्मः स्त्रियः प्राणेश्वरेश्वर।
प्रसन्नो भव नो देव दीनबन्धो कृपां कुरु।।

आम्हां स्त्रियांच्या हृदयाचा स्वामी असणाऱ्या हे देवा, आम्ही तुझी कशी स्तुती करावी? हे परमेशा, तू दीनांचा सखा आहेस. तुझी कृपा आम्हांला लाभो.

गुणातीत गुणाधार गुणबीज गुणात्मक।
गुणीशं गुणिनां बीजं गुणिनां गुरवे नमः।।

हे देवा, जरी तू सर्व गुणांचा आधार असलास तरी तू गुणातीत आहेस. तू सर्व गुणांचा जनक आहेस आणि तूच गुणात्मक आहेस. तू गुणांचा ईश आहेस. गुणीजनांचे बीज आहेस आणि त्यांच्यात श्रेष्ठ आहेस. तुला नमस्कार असो.

या देवी सर्वभूतेषु शान्तिरूपेण संस्थिता।
नमस्तस्यै नमस्तस्यै नमस्तस्यै नमो नमः।।

जी देवी सर्व भूतमात्रांमध्ये शांतिरूपाने वसत आहे, तिला नमस्कार असो. तिला त्रिवार वंदन असो.

सर्वस्वरूपे सर्वेशे सर्वशक्तिसमन्विते।
भयेभयस्त्राहि नो देवि दुर्गे देवि नमोऽस्तु ते।।

हे देवीमाते, तू सर्व वस्तुमात्रांचे रूप धारण केले आहेस. तू सर्व जगताची स्वामिनी आहेस, तू शक्तीचे मूर्त स्वरूप आहेस आणि सर्व भयकारक गोष्टींपासून तू आमचे रक्षण करतेस. हे दुर्गा माते, तुला नमन असो.

चिन्मयं व्यापितं सर्वं त्रैलोक्यं सचराचरम्।
तत्पदं दर्शितं येन तस्मै श्रीगुरवे नमः।।

सर्व चराचर विश्वाला तेच एक चैतन्य व्यापून आहे असे पद ज्याच्यामुळे दिसते, अशा गुरुंना वंदन असो.

नित्यं शुद्धं निराकारं निराभासं निरंजनम्।
नित्यबोधं चिदानन्दं गुरुं ब्रह्म नमाम्यहम्।।

जो स्वयं ब्रह्मस्वरूप आहे, तसेच शाश्वत, शुद्ध, निराकार, स्वयंप्रकाशी, कलंकरहित, नित्य बोधस्वरूप, आणि चिदानंदरूप आहे, अशा गुरुरूपी ब्रह्माला मी प्रणाम करतो.

पिता नोऽसि पिता नो बोधि।
नमस्तेऽस्तु मा मा हिंसीः।।

हे देवा, तू आमचा पिता आहेस म्हणून तू आम्हांला पित्या-प्रमाणे बोध कर. आम्ही तुला प्रणाम करतो. तू आमचा विनाश करू नकोस.

नारायणाय विद्महे वासुदेवाय धीमहि।
तन्नो विष्णुः प्रचोदयात्।।

आम्ही (सर्वांचे निवासस्थान असलेल्या) नारायणाला जाणतो. आम्ही (अव्यक्त व प्रकाशमान अशा) वासुदेवाचे ध्यान करतो. तो विष्णू आम्हांला निरंतर प्रेरणा देवो.

मन्नाथः श्रीजगन्नाथो मद्गुरुः श्रीजगद्गुरुः।
ममात्मा सर्वभूतात्मा तस्मै श्रीगुरवे नमः।।

माझा व जगाचा स्वामी, माझा व विश्वाचा गुरू, माझे व विश्वाचे आत्मरूप असलेल्या गुरूला वंदन असो.

अजात इत्येवं कश्चिद्भीरूः प्रतिपद्यते।
रुद्र यत्ते दक्षिणं मुखं तेन मां पाहि नित्यम्।।

तू अजन्मा आहेस म्हणून जन्म-मरणाला घाबरणारा कुणी (तोच मी) तुला शरण येतो. हे रुद्रा, तुझ्या प्रसन्न मुखाने माझे नित्य रक्षण कर.

कार्पण्यदोषोपहतस्वभावः
पृच्छामि त्वां धर्मसंमूढचेताः ।
यच्छ्रेयः स्यान्निश्चितं ब्रूहि तन्मे
शिष्यस्तेऽहं शाधि मां त्वां प्रपन्नम्।।

हे परमेश्वरा, दयेच्या दोषामुळे माझ्या नैसर्गिक स्वभावावर आघात झाला आहे आणि माझ्या कर्तव्याविषयी माझे मन गोंधळून गेले आहे. असा मी तुला विचारतो आहे- मला माझ्या कल्याणाकडे घेऊन जाणारा मार्ग कोणता ते तू मला निश्चितपणे सांग. मी तुझा शिष्य बनून तुझ्या चरणी शरण आहे. तू मला मार्ग दाखव.

या देवी सर्वभूतेषु क्षान्तिरूपेण संस्थिता ।
नमस्तस्यै नमस्तस्यै नमस्तस्यै नमो नमः।।

जी देवी सर्व भूतमात्रांमधे क्षमारूपात निवास करून आहे, तिला वंदन असो. तिला त्रिवार वंदन असो.

या ते रुद्र शिवा तनूः शिवा विश्वाहा भेषजी ।
शिवा रुद्रस्य भेषजी तया नो मृड जीवसे।।

हे रुद्रा, जी औषधी वनस्पती तुझी मंगलकारक काया आहे, जी मंगलकारक आहे, जी सर्व (वैश्विक) वाईट गोष्टींचा नाश करणारी आहे, अशी जी रुद्राची मंगलकारक औषधी तिच्या साहाय्याने तू आम्हांला जीवन प्रदान करण्यासाठी आमच्यावर कृपा कर.

■

चला जाणून घेऊ या!

परमार्थ

मूळ इंग्रजी लेखक
आर. एन. लखोटिया

अनुवाद
डॉ. वृषाली पटवर्धन

हे पुस्तक म्हणजे तुमचा छोटेखानी मित्रच. आयुष्यातल्या अनेक प्रकारच्या अडचणींवर मात करण्यासाठी मदतनीस ठरू शकतील असे काही व्यावहारिक मंत्र-तंत्र यात दिले आहेत.
निराशा आणि एकाकीपणाच्या काळात तणावमुक्त होण्यासाठी काय करावे यासाठी काही उपाय तुम्हाला यात मिळतील. सर्वांत महत्त्वाचे म्हणजे आयुष्यात ताण-तणावांना सामोरे जाताना पारमार्थिक, अध्यात्मिक प्रवृत्तीमुळे कसे परिवर्तन घडून येऊ शकते, हे हा मित्र तुम्हाला सांगेल!

चला जाणून घेऊ या!

मनोविकास

मूळ इंग्रजी लेखक

रवींद्र कुमार

(स्वामी आत्मानंद)

अनुवाद

आर. डी. मुनोत

आपल्यामध्ये असलेले सुप्त सामर्थ्य प्रकट करून यश संपादन करण्यास मदत करणारे ज्ञान या पुस्तकात विशद केले आहे. मनोविकासाच्या विविध बाजू, शक्ती स्पष्ट समजण्यासाठी जरूर असलेली सूक्ष्म दृष्टी कशी संपादन करावी हे अतिशय सोप्या भाषेत समजावण्याचा प्रयत्न या पुस्तकात केला आहे.

Mehta Publishing House, 1941, Madiwale Colony, Sadashiv Peth, Pune 411030.

✆ +91 020-24476924 / 24460313

Email : info@mehtapublishinghouse.com
production@mehtapublishinghouse.com
sales@mehtapublishinghouse.com

Website : www.mehtapublishinghouse.com